AF284825

Impressum
Verlag: BABADADA GmbH, Nedderfeld 112 , 22529 Hamburg
Geschäftsführer / Verlagsleitung: Harald Hof
Druck: Books on Demand GmbH, In de Tarpen 42, 22848 Norderstedt

Imprint
Publisher: BABADADA GmbH, Nedderfeld 112 , 22529 Hamburg, Germany
Managing Director / Publishing direction: Harald Hof
Print: Books on Demand GmbH, In de Tarpen 42, 22848 Norderstedt

sajili
salle de classe

kugawanya
diviser

186/2

ubao
tableau noir

eneo la shule
cour de récréation

mwalimu
enseignant

karatasi
papier

kuandika
écrire

kalamu
stylo

dawati
bureau

rula
règle

kitabu
livre

mwanafunzi
élève

mkoba

sac d'école

kikasha cha penseli

trousse

penseli

crayon

kichonga penseli

taille-crayon

mpira

gomme

pedi ya kuchora

carnet à dessin

uchoraji

dessin

brashi ya rangi

pinceau

sanduku la rangi

boîte de peinture

mkasi

ciseaux

gundi

colle

daftari

cahier d'exercices

kazi ya nyumbani

tâches

nambari

chiffre

jumlisha

additionner

ondoa

soustraire

zidisha

multiplier

kokotoa

calculer

barua

lettre

alfabeti

alphabet

neno

mot

maandishi

texte

kusoma

lire

chaki

craie

somo

leçon

sajili

livre de classe

uchunguzi

examen

cheti

certificat

sare za shule

uniforme scolaire

elimu

formation

elezo

lexique

chuo kikuu

université

darubini

microscope

ramani

carte

kikapu cha kuweka karatasi chafu

corbeille à papier

hoteli
hôtel

hosteli
auberge

ofisi ya ubadilishanaji
bureau de change

sanduku
valise

gari
voiture

lugha

langue

ndiyo / la

oui / non

sawa

d'accord

hujambo

Salut

mtafsiri

interprète

Asante

merci

kiasi gani ni ...?

Combien coûte...?

Sielewi

Je ne comprends pas

tatizo

problème

Jioni njema!

Bonsoir!

Habari za asubuhi!

Bonjour!

Usiku mwema!

Bonne nuit!

kwa heri

Au revoir

mwelekeo

direction

mizigo

bagages

mfuko

sac

shanta

sac-à-dos

mgeni

hôte

chumba

pièce

begi la kulalia

sac de couchage

hema

tente

taarifa ya utalii

office de tourisme

ufuo

plage

kadi

carte de crédit

kifunguakinywa

petit-déjeuner

chakula cha mchana

déjeuner

chakula cha jioni

dîner

tiketi

billet

kuinua

ascenseur

muhuri

timbre

mpaka

frontière

mila

douane

ubalozi

ambassade

visa

visa

pasipoti

passeport

ndege
avion

meli
navire

injini ya moto
véhicule de pompiers

basi
bus

lori
camion

motaboti
bateau à moteur

baiskeli
bicyclette

gari
voiture

feri

ferry

mashua

barque

pikipiki

moto

gari la polisi

voiture de police

gari la mashindano

voiture de course

gari la kukodisha

voiture de location

kushiriki gari

autopartage

lori la kuvuta

dépanneuse

ukusanyaji taka

benne à ordures

motor

moteur

mafuta

essence

kituo cha mafuta

station d'essence

ishara trafiki

panneau indicateur

trafiki

trafic

msongamano

embouteillage

maegesho

parking

kituo cha treni

gare

reli

rails

garimoshi

train

tremu

tram

gari la mizigo

wagon

helikopta

hélicoptère

uwanja wa ndege

aéroport

mnara

tour

abiria

passager

chombo

container

katoni

carton

mkokoteni

chariot

kikapu

corbeille

ondoka

décoller / atterrir

jiji
ville

kijiji

village

katikati ya jiji

centre-ville

nyumba

maison

sinema
cinéma

tangazo
publicité

taa za mitaani
réverbère

CINEMA

barabara
rue

teksi
taxi

duka la vitafunio
kiosque

mtembea kwa miguu
piéton

njia ya waenda kwa miguu
trottoir

kivuko
passage piéton

pipa
poubelle

kuvuka
carrefour

taa za trafiki
feux de circulation

kibanda

cabane

gorofa

appartement

kituo cha treni

gare

ukumbi wa mji

mairie

Makavazi

musée

shule

école

chuo kikuu

université

benki

banque

hospitali

hôpital

hoteli

hôtel

duka la dawa

pharmacie

ofisi

bureau

duka la kitabu

librairie

duka

magasin

duka la maua

fleuriste

dukakuu

supermarché

soko

marché

idara ya kuhifadhi

grand magasin

mwuza samaki

poissonnerie

kituo cha ununuzi

centre commercial

bandari

port

Hifadhi

parc

benki

banque

daraja

pont

vidato

escaliers

chini ya ardhi

métro

handaki

tunnel

kituo cha mabasi

arrêt de bus

bar

bar

mgahawa

restaurant

sanduku la posta

boîte à lettres

ishara ya barabara

panneau indicateur

mita ya maegesho

parcomètre

bustani ya wanyama

zoo

kidimbwi cha kuogelea

réverbère

msikiti

mosquée

shamba

ferme

uchafuzi

pollution

makaburini

cimetière

kanisa

église

uwanja wa michezo

aire de jeux

hekalu

temple

mazingira
paysage

jani
feuille

ishara ya mwelekeo
panneau indicateur

njia
chemin

malisho
pré

jiwe
pierre

mtembeaji wa masafa
randonneur

mti
arbre

mto
rivière

nyasi
herbe

ua
fleur

bonde

vallée

kilima

montagne

ziwa

lac

msitu

forêt

jangwa

désert

volkano

volcan

ngome

château

upinde wa mvua

arc-en-ciel

uyoga

champignon

mtende

palmier

mbu

moustique

kuruka

mouche

chungu

fourmis

nyuki

abeille

buibui

araignée

mende

scarabée

chura

grenouille

kuchakuro

écureuil

nungunungu

hérisson

sungura

lapin

bundi

chouette

ndege

oiseau

swan

cygne

nguruwe mwitu

sanglier

kulungu

cerf

aina ya kongoni

élan

bwawa

barrage

tabo ya upepo

éolienne

nishaji ya jua

panneau solaire

hali ya hewa

climat

mhudumu
serveur

menyu
menu

kiti
chaise

supu
soupe

piza
pizza

vilia
services

kitambaa cha mezani
nappe

kiamsha hamu
hors d'œuvre

kozi kuu
plat principal

kitindamlo
dessert

vinywaji
boissons

chakula
alimentation

chupa
boutcille

chakula cha haraka

fast-food

Streetfood

plats à emporter

buli

théière

kisanduku cha sukari

sucrier

sehemu

portion

mashine ya espresso

machine à expresso

kiti kirefu

chaise haute

muswada

facture

trei

plateau

kisu

couteau

uma

fourchette

kijiko

cuillère

kijiko cha chai

cuillère à thé

nepi

serviette

glasi

verre

sahani

assiette

sahani ya supu

assiette à soupe

sufuria

soucoupe

mchuzi

sauce

kichanyaji chumvi

salière

kinu cha pilipili

moulin à poivre

siki

vinaigre

mafuta

huile

viungo

épices

kechapu

ketchup

haradali

moutarde

kachumbari nzito

mayonnaise

ofa maalum
offre promotionnelle

mteja
client

maziwa
produits laitiers

matunda
fruits

toroli
caddie

FOR

mchinjaji
boucherie

mwokaji
boulangerie

uzito
peser

mboga
légumes

nyama
viande

chakula waliohifadhiwa
aliments surgelés

vipande vya nyama baridi

charcuterie

chakula cha kopo

conserves

sabuni ya unga

poudre à lessive

pipi

bonbons

bidhaa za kaya

articménagers

bidhaa za kusafisha

détergents

mtu mauzo

vendeuse

mpaka

caisse

keshia

caissier

orodha ya manunuzi

liste d'achats

masaa ya ufunguzi

heures d'ouverture

mkoba

portefeuille

kadi

carte de crédit

mfuko

sac

mfuko wa plastiki

sac en plastique

maji

eau

sharubati

jus de fruit

maziwa

lait

coke

coca

mvinyo

vin

bia

bière

pombe

alcool

kakao

chocolat chaud

chai

thé

kahawa

café

spreso

expresso

kapuchino

cappuccino

ndizi

banane

tufaha

pomme

machungwa

orange

tikiti

melon

lemon

citron

karoti

carotte

kitunguu saumu

ail

mianzi

bambou

kitunguu

oignon

uyoga

champignon

karanga

noisettes

nudo

pâtes

spageti
spaghettis

mpunga
riz

saladi
salade

vibanzi
frites

viazi vya kukaanga
pommes de terre rôties

piza
pizza

hambaga
hamburger

sandwichi
sandwich

kipande
escalope

paja la mnyama
jambon

salami
salami

soseji
saucisse

kuku
poulet

choma
rôti

samaki
poisson

oats ya uji

flocons d'avoine

muesli

muesli

cornflakes

cornflakes

unga

farine

kroisanti

croissant

andazi

petits-pains

mkate

pain

mkate wa kubanika

pain grillé

biskuti

biscuits

siagi

beurre

maziwa mgando

fromage blanc

keki

gâteau

yai

œuf

yai kukaanga

œuf au plat

jibini

fromage

chakula - alimentation

aiskrimu

glace

sukari

sucre

asali

miel

jemu

confiture

kuenea kwa chokoleti

crème nougat

mchuzi wa viungo

curry

nyumba ya kilimo
ferme

majani bale
botte de paille

ghalani
grange

uwanja
champ

farasi
cheval

trela
remorque

mtoto
poulain

trekta
tracteur

punda
âne

kondoo
mouton

mwanakondoo
agneau

mbuzi

chèvre

ng'ombe

vache

ndama

veau

nguruwe

porc

mwananguruwe

porcelet

fahali

taureau

batabukini

oie

bata

canard

kifaranga

poussin

kuku

poule

jogoo

coq

panya

rat

paka

chat

panya

souris

ng'ombe

bœuf

mbwa

chien

nyumba ya mbwa

chenil

bomba la bustani

tuyau de jardin

debe la kumwagilia maji

arrosoir

fyekeo

faucheuse

kulima

charrue

mundu

faucille

jembe

pioche

uma wa nyasi

fourche

shoka

hache

toroli

brouette

kupitia nyimbo

cuve

chombo cha maziwa

pot à lait

gunia

sac

ua

clôture

imara

étable

chafu

serre

udongo

sol

mbegu

semences

mbolea

engrais

kivunaji

moissonneuse-batteuse

shamba - ferme

29

mavuno

récolter

mavuno

récolte

viazi vikuu

igname

ngano

blé

soya

soja

viazi

pomme de terre

mahindi

maïs

rapa

colza

mti wa matunda

arbre fruitier

muhogo

manioc

nafaka

céréales

chimni
cheminée

paa
toit

bomba la maji ya mvua
gouttière

dirisha
fenêtre

gareji
garage

kengele ya mlangoni
sonnette

mlango
porte

pipa la taka
poubelle

sanduku la barua
boîte aux lettres

bustani
jardin

sebuleni

salon

bafu

chambre de bain

jikoni

cuisine

chumba cha kulala

chambre à coucher

chumba ya mtoto

chambre d'enfant

chumba cha kulia

salle à manger

sakafu

sol

ukuta

mur

dari

plafond

pishi

cave

sauna

sauna

roshani

balcon

mtaro

terrasse

kidimbwi

piscine

mashine ya kukata nyasi

tondeuse à gazon

karatasi

fourre de duvet

kitambaa cha kupamba
kitanda

couette

kitanda

lit

ufagio

balai

ndoo

sceau

kubadili

interrupteur

mandhari
papier peint

picha
image

taa
lampe

rafu
étagère

kabati
armoire

mekoni
cheminée

televisheni/runinga
télé

ua
fleur

mto
coussin

sofa
canapé

chombo cha maua
vase

kitenzambali
télécommande

zulia
tapis

pazia
rideau

meza
table

kiti
chaise

kiti cha bembea
chaise à bascule

armchair
fauteuil

kitabu

livre

blanketi

couverture

mapambo

décoration

kuni

bois de chauffage

filamu

film

kifaa cha hi-fi

chaîne hi-fi

ufunguo

clé

gazeti

journal

uchoraji

peinture

bango

poster

redio

radio

daftari

bloc-notes

kifyonza

aspirateur

dungusi kakati

cactus

mshumaa

bougie

jokofu
frigo

kikanza
four à micro-ondes

wadogo jikoni
balance de cuisine

kibaniko
toasteur

sabuni
détergent

stovu
four

friza
compartiment congélateur

pipa la taka
poubelle

mashine ya kuoshea vyombo
lave-vaisselle

jiko la kupika
four

chungu
casserole

sufuria ya chuma
marmite

wok / kadai
wok/kadai

kaango
poêle

birika
bouilloire électrique

stima

cuiseur vapeur

sinia ya kuoka

plaque de cuisson

vyombo vya udongo

vaisselle

kombe

gobelet

bakuli

bol

vijiti vya kulia

baguettes

ukawa

louche

mwiko mpana

spatule

burashi

fouet

kichujio

passoire

chujio

tamis

mbuzi

râpe

chokaa

mortier

barbeque

barbecue

moto wazi

cheminée

ubao wa majaribio

planche à découper

kijiti cha kusukuma unga

rouleau à pâtisserie

kizibuo

tire-bouchon

kopo

boîte

inaweza kopo

ouvre-boîte

kishikio cha chungu

maniques

karo

lavabo

brashi

brosse

sifongo

éponge

kisagaji matunda

mixeur

friji ya kina

congélateur

chupa ya mtoto

biberon

bomba

robinet

joto
chauffage

mfereji wa kuogea
douche

taulo
serviette

pazia la kuogea
rideau de douche

maji ya kuoga yenye povu
bain moussant

hodhi
baignoire

glasi
verre

mashine ya kuosha
machine à laver

bomba
robinet

vigae
carrelage

poti
pot

karo
lavabo

choo

toilettes

choo cha squat

toilette à turque

beseni la mviringo

bidet

choo cha umma

urinoir

shashi

papier toilette

brashi ya choo

brosse à toilette

mswaki

brosse à dents

dawa ya meno

dentifrice

dawa ya meno

fil dentaire

safisha

laver

kuoga mkono

douche manuelle

msukumo wa maji

douche intime

bonde

vasque

mpako wa pili

brosse dorsale

sabuni

savon

jeli ya kuogea

gel douche

shampuu

shampooing

flana

gant de toilette

toa maji

écoulement

krimu

crème

kiondoa harufu

déodorant

kioo

miroir

kioo mkono

miroir cosmétique

kinyozi

rasoir

povu la kunyoa

mousse à raser

baada ya kunyoa

après-rasage

kichana

peigne

brashi

brosse

kikausha nywele

sèche-cheveux

marashi ya nyewele

laque pour cheveux

vipodozi

fond de teint

kidomwa

rouge à lèvres

varnish ya msumari

vernis à ongles

pamba

ouate

mkasi wa kucha

coupe-ongles

manukato

parfum

mkoba wa kuosha

trousse de toilette

kinyesi

tabouret

mizani

balance

nguo ya kuoga

peignoir

glavu za mpira

gants de nettoyage

kisodo

tampon

sodo

serviettes hygiéniques

kemikali choo

toilette chimique

saa ya kengele
réveil

kidoli cha kupakata
doudou

gari bandia
voiture jouet

kelele
hochet

chumba cha midoli
maison de poupée

sasa
cadeau

baluni
ballon

kitanda
lit

mashua
poussette

staha ya kadi
jeu de cartes

mchezo-fumb
puzzle

vichekesho
bande dessinée

matofali lego

pièces lego

vitalu mwigo

blocs de construction

hatua takwimu

figurine

suti ya kulalia

grenouillère

kisahani

frisbee

simu

mobile

ubao wa michezo

jeu de société

kete

dé

garimoshi mwigo

train miniature

dummy

sucette

chama

fête

picha kitabu

livre d'images

mpira

balle

kikaragosi

poupée

kucheza

jouer

shimo la mchanga

bac à sable

bembea

balançoire

vitu bandia

jouets

kiweko cha video ya mchezo

console de jeu

baiskeli ya magurudumu

tricycle

matatu

mwanasesere

ours en peluche

kabati

armoire

soksi

chaussettes

stokingi

bas

kibano

collant

skafu
écharpe

mwavuli
parapluie

ukanda
ceinture

fulana
t-shirt

viatu
bottes

ndara
pantoufles

wakufunzi
baskets

malapa
sandales

viatu
chaussures

mabuti ya mpira
bottes de caoutchouc

suruali ya ndani
linge de corps

sidiria
soutien-gorge

fulana
maillot de corps

mwili
body

suruali
pantalon

dangirizi
jean

sketi
jupe

blauzi
chemisier

shati
chemise

vuta
pull

sweta
pull-over à capuche

bleza
veste

jaketi
veste

koti
manteau

koti la mvua
imperméable

maleba
costume

gauni
robe

mavazi ya harusi
robe de mariée

suti

costume

vazi la usiku

chemise de nuit

pajama

pyjama

sari

sari

skafu

foulard

kilemba

turban

burka

burqa

kaftan

caftan

abaya

abaya

vazi la kuogelea

maillot de bain

vazi la kiume la kuogelea

costume de bain

kaptura

cuissettes

teitei

tenue d'entraînement

aproni

tablier

glavu

gants

kifungo

bouton

glasi

lunettes

bangili

bracelet

mkufu

collier

pete

bague

herini

boucle d'oreille

kofia

bonnet

kiango cha koti

cintre

kofia

chapeau

tai

cravate

zipu

fermeture éclair

kofia

casque

kanda za suruali

bretelles

sare za shule

uniforme scolaire

sare

uniforme

bibu
bavoir

dummy
sucette

nepi
couche

seva
serveur

kabati la kuweka faili
armoire d'archivage

kichapishaji
imprimante

kiwambo
écran

karatasi
papier

dawati
bureau

kipanya
souris

folda
classeur

kibodi
clavier

pu cha kuweka karatasi chafu
peille à papier

kompyuta
ordinateur

kiti
chaise

kmobe la kahawa
tasse à café

kikokotoo
calculatrice

biashara
internet

mbali

ordinateur portable

barua

lettre

ujumbe

message

rununu

portable

intaneti

réseau

fotokopia

photocopieuse

programu

logiciel

simu

téléphone

soketi

prise

kipepesi

fax

fomu

formulaire

hati

document

kununua

acheter

kulipa

payer

biashara

marchander

fedha

monnaie

dola

dollar

yuro

euro

yeni

yen

rouble

rouble

faranga ya Uswisi

franc suisse

renminbi yuan

renminbi yuan

rupia

roupie

eneo la kulipia

distributeur automatique

ofisi ya ubadilishanaji

bureau de change

dhahabu

or

fedha

argent

mafuta

pétrole

nishati

énergie

bei

prix

mkataba

contrat

kodi

taxe

bidhaa

action

kazi

travailler

mfanyakazi

employé

mwajiri

employeur

kiwanda

usine

duka

magasin

afisa wa polisi
agent de police

mzimamoto
pompier

mpishi
cuisinier

daktari
médecin

rubani
pilote

mtunza bustani

jardinier

seremala

menuisier

mshonaji

couturière

hakimu

juge

mwanakemia

chimiste

muigizaji

acteur

dereva wa basi

conducteur de bus

dereva wa teksi

chauffeur de taxi

mvuvi

pêcheur

mwanamke wa kusafisha

femme de ménage

mwezekaji

couvreur

mhudumu

serveur

mwindaji

chasseur

mchoraji

peintre

mwokaji

boulanger

umeme

électricien

mjenzi

ouvrier

mhandisi

ingénieur

mchinjaji

boucher

fundi bomba

plombier

mwanaposta

facteur

mwanajeshi

soldat

msanifu majengo

architecte

keshia

caissier

muuza maua

fleuriste

msusi

coiffeur

kondakta

contrôleur

mekanika

mécanicien

nahodha

capitaine

daktari wa meno

dentiste

mwanasayansi

scientifique

rabbi

rabbin

imamu

imam

mtawa

moine

kasisi

prêtre

nyundo
marteau

koleo
pinces

bisibisi
tournevis

spana
clé

kurunzi
torche

mchimbaji

pelleteuse

sanduku la vifaa

boîte à outils

ngazi

échelle

msumeno

scie

misumari

clous

kuchimba visima

perceuse

kukarabati
réparer

sepetu
pelle

Lo!
Mince!

kishikio cha uchafu
pelle

chungu cha rangi
pot de peinture

skurubu
vis

ala za muziki

instruments de musique

mpangilio wa ngoma
batterie

spika
haut-parleur

gita
guitare

besi mara mbili
contrebasse

tarumbeta
trompette

piano

piano

fidla

violon

ubeji

basse

timpani

timbales

ngoma

tambour

kibodi

piano électrique

saksafoni

saxophone

filimbi

flûte

maikrofoni

microphone

simbamarara
tigre

lango la kuingia
entrée

ngome
cage

pundamilia
zèbre

chakula cha mifugo
alimentation animale

panda
panda

wanyama

animaux

tembo

éléphant

kangaruu

kangourou

kifaru

rhinocéros

sokwe

gorille

dubu

ours

ngamia

chameau

mbuni

autruche

simba

lion

tumbili

singe

heroe

flamand rose

kasuku

perroquet

dubu

ours polaire

penguini

pingouin

papa

requin

tausi

paon

nyoka

serpent

mamba

crocodile

mtunza wanyama

gardien de zoo

muhuri

phoque

jaguar

jaguar

mwanafarasi

poney

chui

léopard

kiboko

hippopotame

twiga

girafe

tai

aigle

nguruwe mwitu

sanglier

samaki

poisson

kobe

tortue

sili

morse

mbweha

renard

paa

gazelle

soka ya marekani
american Football

uendeshaji baiskeli
cyclisme

tenisi
tennis

mpira wa kikapu
basket-ball

kuogelea
natation

ndondi
boxe

magongo ya barafuni
hockey sur glace

soka
football

vinyoya
badminton

riadha
athlétisme

mpira wa mikono
handball

skii
ski

polo
polo

kuruka
sauter

cheka
rire

kumbatia
embrasser

kutembea
marcher

kuimba
chanter

ota ndoto
rêver

kuomba
prier

busu
faire la bise

kuandika
écrire

kuteka
dessiner

angalia
montrer

sukuma
pousser

kutoa
donner

kuchukua
prendre

kuwa

avoir

fanya

faire

kuwa

être

kusimama

être debout

kukimbia

courir

vuta

trier

kutupa

jeter

kuanguka

tomber

hadaa

être couché

kusubiri

attendre

kubeba

porter

kukaa

être assis

vaa nguo

s'habiller

usingizi

dormir

kuamka

se réveiller

kuangalia

regarder

lia

pleurer

kiharusi

caresser

chana nywele

peigner

ongea

parler

kuelewa

comprendre

kuuliza

demander

kusikiliza

écouter

kunywa

boire

kula

manger

nadhifisha

ranger

upendo

aimer

mpishi

cuire

gari

conduire

kuruka

voler

meli

faire de la voile

kokotoa

calculer

kusoma

lire

kujifunza

apprendre

kazi

travailler

kuoa

se marier

kushona

coudre

piga mswaki

se brosser les dents

kuua

tuer

moshi

fumer

kutuma

envoyer

bibi
grand-mère

babu
grand-père

baba
père

mama
mère

mtoto
bébé

binti
fille

bin
fils

mgeni

hôte

shangazi

tante

mjomba

oncle

kaka

frère

dada

sœur

paji la uso
front

jicho
œil

bega
épaule

kidole
doigt

uso
visage

kidevu
menton

mkono
main

matiti
poitrine

mguu
jambe

mkono
bras

mtoto

bébé

mwanamume

homme

mwanamke

femme

msichana

fille

mvulana

garçon

kichwa

tête

nyuma

dos

tumbo

ventre

kitovu

nombril

chano

orteil

kisigino

talon

mfupa

os

nyonga

hanche

goti

genou

kiwiko

coude

pua

nez

chini

fesses

ngozi

peau

shavu

joue

sikio

oreille

mdomo

lèvre

kinywa

bouche

jino

dent

ulimi

langue

ubongo

cerveau

moyo

cœur

misuli

muscle

pafu

poumons

ini

foie

tumbo

estomac

figo

reins

jinsia

rapport sexuel

kondomu

préservatif

ovari

ovule

shahawa

sperme

mimba

grossesse

hedhi
menstruation

uke
vagin

uume
pénis

unyusi
sourcil

nywele
cheveux

shingo
cou

hospitali
hôpital

gari la wagonjwa
ambulance

kiti cha magurudumu
fauteuil roulant

jeraha
fracture

daktari

médecin

chumba cha dharura

service des urgences

muuguzi

infirmière

dharura

urgence

kupoteza fahamu

inconscient

maumivu

douleur

kuumia

blessure

kutokwa na damu

hémorragie

mshtuko wa moyo

crise cardiaque

kiharusi

attaque cérébrale

mzio

allergie

kikohozi

toux

homa

fièvre

mafua

grippe

kuharisha

diarrhée

maumivu ya kichwa

mal de tête

kansa

cancer

ugonjwa wa kisukari

diabète

daktari mpasuaji

chirurgien

kisu kidogo cha kupasulia

scalpel

operesheni

opération

picha changanufu ya mwili
CT

Eksrei
radiographie

mawimbi sauti
échographie

barakoa ya uso
masque

ugonjwa
maladie

chumba cha kusubiri
salle d'attente

mkongojo
béquille

plasta
pansement

bendeji
pansement

sindano
injection

stetoskopu
stéthoscope

machela
brancard

kipimajoto cha kliniki
thermomètre

kuzaliwa
accouchement

unene kupita kiasi
surpoids

kusikia misaada

appareil auditif

kipukusi

désinfectant

maambukizi

infection

virusi

virus

VVU / UKIMWI

VIH / sida

dawa

médicament

chanjo

vaccination

vidonge

tablettes

kidonge

pilule

simu ya dharura

appel d'urgence

haemodainamometa

tensiomètre

mgonjwa / mwenye afya

malade / sain

Msaada!

Au secours!

kengele

alarme

pigo

agression

shambulizi

attaque

hatari

danger

lango la dharura

sortie de secours

Moto!

Au feu!

kizima moto

extincteur

ajali

accident

vifaa vya huduma ya
kwanza

trousse de premier secours

wito wa msaada

SOS

polisi

police

Ulaya

Europe

Amerika ya Kaskazini

Amérique du Nord

Amerika ya Kusini

Amérique du Sud

Afrika

Afrique

Asia

Asie

Australia

Australie

Atlantiki

Océan atlantique

Pasifiki

Océan pacifique

Bahari ya Hindi

Océan indien

Bahari ya Antaktiki

Océan antarctique

Bahari ya Aktiki

Océan arctique

Ncha ya Kaskazini

Pônord

Ncha ya Kusini

Pôsud

Antaktika

Antarctique

dunia

terre

nchi

pays

bahari

mer

kisiwa

île

taifa

nation

jimbo

état

uso wa saa

cadran

akrabu ya saa

aiguille des heures

akrabu ya dakika

aiguille des minutes

akrabu ya sekunde

aiguille des secondes

Ni saa ngapi?

Quelle heure est-il?

siku

jour

wakati

temps

sasa

maintenant

saa ya dijitali

montre digitale

dakika

minute

saa

heure

Jumatatu / lundi — MO
Jumatano / mercredi — W
Ijumaa / vendredi — FR
TU
Jumamosi / samedi — TH — SA
Jumanne / mardi
Alhamisi / jeudi
Jumapili / dimanche — SO

jana

hier

leo

aujourd'hui

kesho

demain

asubuhi

matin

saa sita mchana

midi

jioni

soir

siku za biashara

jours ouvrables

mwishoni mwa wiki

week-end

upinde wa mvua
arc-en-ciel

mvua
pluie

theluji
neige

upepo
vent

majira ya machipuko
printemps

vuli
automne

kiangazi
été

majira ya baridi
hiver

utabiri wa hali ya hewa
météo

kipimajoto
thermomètre

mwanga wa jua
lumière du soleil

wingu
nuage

ukungu
brouillard

unyevu
humidité

umeme

foudre

radi

tonnerre

dhoruba

tempête

mvua ya mawe

grêle

monsuni

mousson

mafuriko

inondation

barafu

glace

Januari

janvier

Februari

février

Machi

mars

Aprili

avril

Mei

mai

Juni

juin

Julai

juillet

Agosti

août

Septemba

septembre

Oktoba

octobre

Novemba

novembre

Desemba

décembre

mduara

cercle

mraba

carré

mstatili

rectangle

pembetatu

triangle

nyanja

sphère

mchemraba

cube

nyeupe

blanc

manjano

jaune

chungwa

orange

rangi ya waridi

rose

nyekundu

rouge

hudhurungi

violet

bluu

bleu

kijani

vert

hanja

marron

jivujivu

gris

nyeusi

noir

mengi / kidogo

beaucoup / peu

hasira / pole

fâché / calme

nzuri / mbaya

joli / laid

mwanzo / mwisho

début / fin

kubwa / ndogo

grand / petit

angavu / giza

clair / obscure

kaka / dada

frère / sœur

safi / chafu

propre / sale

kamilika / tokamilika

complet / incomplet

siku / usiku

jour / nuit

wafu / hai

mort / vivant

pana / nyembamba

large / étroit

kulika / kutolika

comestible / incomestible

ovu / ema

méchant / gentil

sisimkwa / udhika

excité / ennuyé

nene / nyembamba

gros / mince

kwanza / mwisho

premier / dernier

rafiki / adui

ami / ennemi

jaa / tupu

plein / vide

ngumu / laini

dur / souple

nzito / nyepesi

lourd / léger

njaa / kiu

faim / soif

mgonjwa / mwenye afya

malade / sain

haramu / kisheria

illégal / légal

akili / kijinga

intelligent / stupide

kushoto / kulia

gauche / droite

karibu / mbali

proche / loin

mpya / kutumika

nouveau / usé

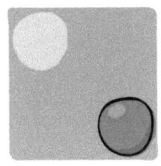

kitu / jambo

rien / quelque chose

zee / changa

vieux / jeune

waka / zima

marche / arrêt

wazi / fungwa

ouvert / fermé

utulivu / kelele

faible / fort

tajiri / masikini

riche / pauvre

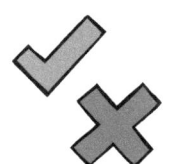

sahihi / kosa

correct / incorrect

mbaya / laini

rugueux / lisse

huzunika / furahia

triste / heureux

fupi /ndefu

court / long

polepole / haraka

lent / rapide

nyevu / kavu

mouillé / sec

joto / baridi

chaud / froid

vita / amani

guerre / paix

0

sufuri

zéro

1

moja

un

2

mbili

deux

3

tatu

trois

4

nne

quatre

5

tano

cinq

6

sita

six

7

saba

sept

8

nane

huit

9

tisa

neuf

10

kumi

dix

11

kumi na moja

onze

12

kumi na mbili

douze

13

kumi na tatu

treize

14

kumi na nne

quatorze

15

kumi na tano

quinze

16

kumi na sita

seize

17

kumi na saba

dix-sept

18

kumi na nane

dix-huit

19

kumi na tisa

dix-neuf

20

ishirini

vingt

100

mia

cent

1.000

elfu

mille

1.000.000

milioni

million

Kiingereza

anglais

Kiingereza cha Marekani

anglais américain

Kimandarini cha Uchina

chinois mandarin

Kihindi

hindi

Kihispania

espagnol

Kifaransa

français

Kiarabu

arabe

Kirusi

russe

Kireno

portugais

Kibengali

bengali

Kijerumani

allemand

Kijapani

japonais

mimi

je

wewe

tu

yeye / yeye / ni

il / elle

sisi

nous

wewe

vous

wao

ils / elles

nani?

qui?

nini?

quoi?

jinsi gani?

comment?

wapi?

où?

lini?

quand?

jina

nom

nyuma

derrière

katika

dans

mbele ya

devant

juu ya

au-dessus

kwenye

sur

chini ya

en-dessous

kando

à côté de

kati

entre

mahali

lieu